Red String of Fate
Inevitably Destined for You Book II

Athena Hestia

Ukiyoto Publishing

All global publishing rights are held by

Ukiyoto Publishing

Published in 2023

Content Copyright © Maria Hestia

ISBN 9789360168407

*All rights reserved.
No part of this publication may be reproduced, transmitted, or stored in a retrieval system, in any form by any means, electronic, mechanical, photocopying, recording or otherwise, without the prior permission of the publisher.*

The moral rights of the authors have been asserted.

This is a work of fiction. Names, characters, businesses, places, events, locales, and incidents are either the products of the author's imagination or used in a fictitious manner. Any resemblance to actual persons, living or dead, or actual events is purely coincidental.

This book is sold subject to the condition that it shall not by way of trade or otherwise, be lent, resold, hired out or otherwise circulated, without the publisher's prior consent, in any form of binding or cover other than that in which it is published.

Dedication

To my PressStart Studio, Penmaster's League and Epilogo series family thank you all for the tips and advices. I will miss you all kapag nakagraduate tayong lahat.

Sa mga taga-Dos Marias boys magbabait na kayo. Nakalabas na ang isa sa mga bagong karakter sa last chapter ng librong ito. Hulaan niyo kung sino, abangan niyo ang mga susunod na mangyayari. Kapana-panabik ang huling libro nito.

Sa aking ever supportive mother na walang sawang sinuportahan ako sa pangarap kong ito. Mom, thank you sa suporta at pagmamahal niyo na siyang bumuo sa buong pagkatao ko. Ang pagmamahal niyo na siyang humubog sa'kin sa kung sino ako. Iloveyou so much lagpas langit at higit pa. Hindi ko kayo iiwan aalagaan ko kayo.

To my boyfriend and future hubby, my love thank you sa suporta at pagmamahal mo. Sa pagpaparamdam sa'kin na mahal na mahal mo ako ito talaga ang sinasabi ng mga Mama, Mame at Ate Shine na tamang panahon para sa atin. I can clearly see our future together Iloveyou so much, my love.

Kay Ate Rosal, salamat po sa pagmamahal niyo sa akin. Mahal na mahal ko po kayo sobra. Sana habambuhay na lang po kayo dito.

Sa aking Ate Kaye salamat sa pagbili mo ng copy ng libro ko at sa suporta mo. I miss you sana makasama ka sa Baguio sa birthday ko this year.

To my mentors Ms. Elaine F. Ruiz and Mentor Emerald Blake thank you po sa teachings niyo at sa patuloy na pag-eencourage niyo sa akin. Wala pong magiging Maria Hestia kung hindi po dahil sa encouragement niyo at sa pagtitiwala niyo sa talento ko. "

Contents

Chapter 6	1
Chapter 7	5
Chapter 8	9
Chapter 9	13
Chapter 10	18
About the Author	22

Chapter 6

Lumipas ang tatlong linggo naging mas malapit kami ni Rance sa isa't isa. Hanggang sa nahulog ang loob ko sa kanya, saglit na nagkaroon kami ng relasyon pero hindi rin nagtagal. Dumating ang kaarawan ng Lolo ko at kumain kami sa labas. Bago matapos ang buwan umuwi na siya papuntang Romblon. Sobra akong na depress dahil doon pero hindi rin nagtagal nakarecover rin ako. Sumapit ang ika-labing siyam na kaarawan ko kumain kami sa Tree House kasama ang buong pamilya ko. Masayang masaya ako dahil kumpleto kami hanggang sa malaman ko na bumagsak ako sa dalawang subject.

Buwan ng Nobyembre araw ng mga patay bumisita kami sa mga Mama Muning at iba pa naming namatay na kamag-anak. Ika-labing walo ng Nobyembre ay nagcelebrate kami ng kaarawan ng Lola ko sa bahay namin. Napasigaw ako ng makakita ng ahas sa lababo nakita ng mga Mame na namumutla ako. Nang matapos ang buwan ng disyembre Enero labing tatlo pasukan na namin ng second semester at nagkita-kita ulit kami ng mga kaklase ko. Dalawampu't siyam ng enero kaarawan ng Daddy ko at binati ko siya via text message. Naging abala ako sa mga requirements ko sa school hanggang sa dumating ang pebrero labing- apat.

Nagbigay ako ng mga tsokolate sa mga kaklase ko. Lumipas ang apat na linggo ikawalo ng Marso nagpunta kami ng mga Mommy sa Pink Sister's sa Tagaytay. Sabay punta rin sa Taal para magpatahi ng aking cocktail dress para sa devcom night namin. Ika-labing tatlo ng marso kinuha namin yung cocktail dress ko. Hanggang sa sumapit ang araw ng devcom night headdress off dress to impress. Si Ate Madison Ruby ang nag-ayos sa akin. Alas onse ng gabi natapos ang party. Kinabukasan maaga akong gumising dahil field trip namin na-late pa ako at muntik ng maiwan dahil ang tagal ng maghahatid sa akin. Habang nasa biyahe nagtext ako sa Mommy.

"Ma, naliliyo ako sa biyahe. Nasa pinakadulong dulong upuan ako alam niyong hindi ako sanay sa dulo at nagsusuka ako kapag nasa hulihan. Hindi pa ako pwedeng uminom ng bonamin dahil wala pang laman ang tiyan ko. Sinabi na kasi sa inyong dapat ay nasa unahan ako pero hindi kayo nakinig kaya ngayon nasusuka ako." Sabi ko sa message.

"Bakit kasi dyan ka umupo sa hulihan dapat ay sa unahan ka. Kaya nga lagi tayong nasa unahan ay para hindi tayo samaan ng lasa. Magtiis ka muna kumain ka saka uminom ng bonamin, Bunso. Kapag nasusuka ka magsabi ka kay Ara agad para samahan ka niya dyan. May dala ka namang plastic kaya dyan ka sumuka."

"Siya sige, Ma. Tutulog muna ako sa biyahe inaantok ako." sabi ko saka isinelent ang phone ko at umidlip hanggang sa nakarating kami sa una naming pupuntahan. Ilang oras bago natapos ang field trip. Bandang ala siyete ng gabi ay sinundo ako ng Mame sa mismong school namin. Pagkatapos ng field trip ay nagbakasyon ang school namin. Marso dalawampu't anim ay nag-outing kami sa Dela Rosa beach resort sa Lemery.

Hanggang sa natapos ang buwan ng Marso at madaming nangyari sa nakalipas na walong linggo Abril dalawampu't siyam ay nagbakasyon kami ng mga kabarkada ko sa Puerto Galera hanggang Mayo ika- dalawa. Nag-enjoy ako sa bakasyon namin sa puerto hanggang sa nahati na ang kulay ko.

Mayo ika-walo araw ng mga nanay binati namin ni Ate Daphne ang Mame. Hanggang sa mismong kaarawan ng Mommy naging masaya ang aking nanay. Ikalabing-dalawa ng Mayo nagpunta kami sa Tagaytay at nag road trip saka kumain sa Dreamland Arts and Crafts Café. Lumipas ang pitong buwan madaming nangyari sa mga nakalipas na buwan may dumating na bagong tindera sa bakery namin.

Nagpasukan na kami irregular 3rd year na ako nakapasa na ako sa physical education namin. Nag-birthday ako at nagcelebrate kami sa bakery pagkatapos manood ng sine. Natapos ang first semester at na drop out ako sa pe namin, gbirthday ang Mama at ngayon ay pupunta kami sa Nuvali para magcelebrate ng kaarawan ni Ate Daphne. Sobrang saya dahil nakasama ko si Ate Daphne sa mismong araw ng kapanganakan niya at natapos ang buwan ng disyembre. Sinalubong namin ang bagong taon na walang panghihinayang.

Balik pasukan na kami second semester na at nagtake na ako ng team sports pe this semester. Makalipas ang labing isang buwan madami na ulit nangyari sa mga nakaraan buwan. Bumalik ang ex kong si Rance ng buwang Agosto, nagpaconsult kami ng Mame kay Dra. Salazar. Nag- dalawampu't isang kaarawan ako, natapos ang second semester namin, nagpre-ojt kaming lahat at nag-Christmas party ang Bicol clan.

Chapter 7

Simula nung bumalik si Rance sa amin lagi niya akong kinukulit pero hindi ko siya pinapansin dahil galit na galit ako sa kanya. Madami siyang ginawang effort para mapalambot ang puso ko. Lagi niya akong hinahatid sa villagio ng motor pagkalabas ko ng school, kapag mag-isa akong uuwi ng gabi sinasamahan niya ako at nung muntik na akong mahagip ng isang sasakyan inakbayan niya ako sa balikat at iginilid ako sa daan para hindi ako masagasaan. Hindi naglaon lumambot ang puso ko sa kanya.

Hanggang sa dumating sa tindahan namin si Elena Frances Portez na- link siya kay Rance ng panandalian. Hindi ko pa siya sinasagot nun dahil wala akong panahon nasaktan ako pero minahal ko pa rin si Rance sa kabila niyon. Ilang buwan lang ang tinagal dito ni Elena bago siya umuwi sa kanila. Sumunod na naugnay kay Rance ay si Vera Astrid Austria at Mira Sabrina Manalo pero hindi rin sila nagtagal. Hanggang sa dumating sa amin ang Tito Rommel at Tita Lucille ko. Ngayon ay nagvivideoke kami dahil mahal na araw. Pumili ako ng kanta saka iniinsert iyon sa videoke bago kinuha ang mikropono kay Maestrong Lucas.

"I've always been so sure about anything before but this love in my heart is gonna be a feeling I feel for eternity. Looking in your brown eyes a future's all I see as long as there's a lifetime, my love I will always be. Saving my lifetime for you ohhhh, my love. You are my only one I'll ever give my lifetime with. Love for eternity will do ohhh, my love. Wanna always be together so I'm saving my lifetime for you. You'll be my heaven until death do us part and you'll be my true love, my love. Till the angels come and take me away, look inside my eyes true love is you'll see. Loving you a lifetime, my love leave it just to me. Saving my lifetime for you ohhhh, my love. You are my only one I'll ever give my lifetime with. Love for eternity will do ohhh, my love. Wanna always be together so I'm saving my lifetime for you. For you, endlessly I'll be loving you as long as years passes by. I'll be there beside you, all through it all I'll be loving you. Saving my lifetime for you ohhhh, my love. You are my only one I'll ever give my lifetime with. Love for eternity will do ohhh, my love. Wanna always be together so I'm saving my lifetime for you." Kanta ko habang nakatingin sa screen.

"Hestia, isa pang kanta. Napakaganda at malaanghel ng boses mo." sabi ni Rance na nakatingin sa akin.

"Okay ang second last song ko ay A Lifetime. My heart beats fast colors and eternal promises. How will I be brave? How can I love when I'm afraid to get hurt? But watching you stand in front of me. All of my doubt suddenly fades away somehow. One gaze on my eyes, I have lived half- heartedly waiting for you. My love, don't be afraid I will love you for a lifetime. I'll love you for the rest of our lives. One gaze on my eyes, one gaze on my eyes and I have lived half-heartedly waiting for you. My love, don't be afraid I will love you for a lifetime. I'll love you for the rest of our lives. And all along I believed you will find me time has brought my heart to you. I will love you for a lifetime I'll love you for the rest of our lives." kanta ko habang nakapikit. Pagkatapos kong kumanta nag-insert naman si Rance ng kakantahin niya.

"When another day passed in the middle of the night and your peacefully sleeping, my love. Stood awake gazing at your beauty telling myself I'm the luckiest man alive. So many times I was certain you were gonna let me go, go. Why you take such hold of me, girl when I always hurt you. What is the reason when you can choose any man you want? I don't see why I am worth it. I should've been a gem cause I know you will care for me. Do you know you're my dream come true? I'm like a sculpture stuck gazing right at you. Got me frozen in my path so amazed how you win me back. Each and every time that we have a fight sculpture stuck gazing right at you. So when I'm lost for words every time that you cry it's just cause I can't believe that you're so beautiful(stuck like a sculpture). Don't wanna lose you no(stuck like a sculpture). You're so beautiful (stuck like a sculpture). Don't wanna lose you no. Every single day of my life, I thank Him from above. God really spend extra time when he made your heart. There's no explanation can't escape this situation it's like you love me more than I love myself. I'm like a sculpture stuck gazing right at you. Got me frozen in my path so amazed how you win me back. Each and every time that we have a fight sculpture stuck gazing right at you. So when I'm lost for words every time that you cry it's just cause I can't believe that you're so beautiful(stuck like a sculpture). Don't wanna lose you no (stuck like a sculpture)." pagkanta ni Rance habang nakatitig sa akin na nakapagpapula sa pisngi ko kahit may blush on.

Chapter 8

Ilang oras rin kaming nag videoke sa bahay namin bago kami nagpahinga. Kinabukasan naggising ako sa nagvivideoke agad na lumabas ako. Nakita ko si Rance na namimili ng kanta sa song book habang nagkakape. Umupo ako sa tabi niya at saktong lumabas si Tita Lucille na may dalang tasa para sa akin.

"Good morning po, Tita Lucille. Salamat po magkape na rin po kayo."ani ko habang nakangiti.

"Good morning, Hestia. Sabay na tayong mag-almusal ngayon." sabi ni Rance na nakangiti ng matamis.

"Sure sige, Rance. Kakanta ka ba?" tanong ko habang sumisimsim ng kape sa aking tasa.

"Oo tinatapos ko lang uminom ng kape. Ikaw ba kakanta, Hestia?"

"Oo napili lang ako ng kakantahin." sabi ko saka nilagay sa videoke ang kakantahin. Saktong kakatapos lang uminom ng kape ni Rance binigay ko sa kanya ang mikropono at kinuha niya iyon.

"Para sayo to, Hestia sana makuha mo ang mensahe ng kanta. Pinagmamasdan kita ng hindi mo pansin pangarap kong ika'y maging misis. Mapulang labi at napakatingkad mong ngiting umaabot hanggang sa langit. Huwag ka lang tititig sa'kin at matutunaw ang puso kong sabik. Ang iyong ngiti ako'y nahuhulog at sa tuwing ikaw ay lumalapit. Ang mundo ko'y humihinto para lang sayo ang pagtibok ng aking puso. Sana'y maramdaman mo ang lihim kong pagtingin. Mahal na mahal kita ng hindi mo alam huwag ka sanang magalit. Tinamaan na nga talaga ang aking puso na dati akala ko'y manhid. Hindi pa rin makapagtapat inuunahan ng kaba sa aking loob. Ang iyong ngiti ako'y nahuhulog at sa tuwing ikaw ay gumagalaw. Ang mundo ko'y humihinto para lang sayo ang pagtibok ng aking puso. Sana'y maramdaman mo ang lihim kong pagtingin." pagkanta ni Rance habang nakatitig sa aking mga mata. Pagkatapos niyang kumanta inabot niya sa'kin ang mikropono at kinuha ko iyon bago iniinsert ang kakantahin ko sa videoke.

"Hindi mo na kailangan ang ulit-ulitin pa ikaw ay laging narito sa puso't isip ko. Sa bawat sandali'y iniisip kita at hindi magagawang limutin ang katulad mo. Pagkat sayo natutong magmahal muli ang puso ko na ang pagpintig ay bakit nga ba laging ikaw? Ang aking panaginip hindi ka nawawala kahit kailan pagmamahal para sayo'y kailanman. At ang aking pag-ibig ay hindi nagbabago dahil sayo may sikat at makulay ang aking mundo. Kung mahiwalay sayo ay di ko nais pang mabuhay ng tuluyan at laging mag-isa. Mayroong hinihiling ang puso't damdamin sa bawat sandali sana'y laging kapiling kita. Pagkat sayo natutong magmahal muli ang puso ko na ang pagpintig ay bakit nga ba laging ikaw? Ang aking panaginip hindi ka nawawala kahit kailan pagmamahal para sayo'y kailanman. At ang aking pag-ibig ay hindi nagbabago dahil sayo may sikat at makulay ang aking mundo. Ohhh, ang aking panaginip hindi ka nawawala kahit kailan pagmamahal para sayo'y kailanman. At ang aking pag-ibig ay hindi nagbabago dahil sayo may sikat at makulay ang aking mundo ohhhh." kanta ko habang nakatutok sa screen ng telebisyon at namumula.

"Napakamalaanghel talaga ng boses mo, Hestia isa pang kanta."ani Rance habang nakatingin sakin at nakangiti.

"Well here we are again I guess it must be destined. We've tried it on our own but deep inside we knew we'd be back to set our fate. I still remember when you're kiss was so magical. Every moment repeats every step I take retreats every journey always brought me back to you. At long last the stops and starts we kept coming back to these two hearts. Our angels who've had written our fate even after all that we've been through it all comes down to me and you. I guess it's really fated a lifetime with you after all. Always just beyond our fate you know I love you so much. After all what else am I living for? Ohhh at long last the stops and starts we kept coming back to this two hearts. Our angels who've had written our fate even after all that we've been through it all comes down to me and you. I guess it's really fated a lifetime with you after all."

"Para kang anghel na bumaba ng langit, Hestia. Ang ganda ng boses mo manang mana ka kay Tita Louise." sabi ni Rance na nakangiti.

Chapter 9

Lumipas ang isang buwan at nasa ikaapat na taon na ako regular student na ako at ilang buwan na lang at gagraduate na ako. Naging abala ako sa mga requirements namin at ngayon ay nagpapahinga ako. Nagpunta na lang ako sa bakery para kumuha ng pagkain. Pagkarating ko sa bakery ay dumiretso ako sa kuwarto nina Rance.

"Hi, Rance. Kamusta?" tanong ko kay Rance na nakangiti.

"Ayos lang naman, Hestia. Ikaw kamusta?"

"Okay lang naman heto sobrang stressed out sa requirements kaya napag-isip isip kong magrerelax muna ako." sagot ko sa kanya.

"Magrelax relax ka muna talaga, Hestia. Baka mamaya niyan magkasakit ka pa sa sobrang stress mo."

"Sige, Rance kukuha lang ako ng meryenda saka ako babalik dito."

"Okay sige, may pag-uusapan tayong mahalaga." pagkasabi niyon pumasok na ako sa bakery at kumuha ng pagkain. Saka bumalik sa kuwarto nina Rance at nakita ko siyang nagcecellphone.

"Anong pag-uusapan natin, Rance?" tanong ko saka bumaling sa kanya.

"May itatanong ako, Hestia. Pwede na ba kitang maging girlfriend?"

"Rance, alam mong wala akong panahon para makipag relasyon kaya hindi ako nagboboyfriend. Pero ngayong malapit na akong grumaduate pwede na akong makipagrelasyon. Kaya yes pwede mo na akong maging girlfriend."

"Pangako hindi na kita iiwan, hindi ko masasabing hindi kita masasaktan emotionally kung mangyari man iyon tandaan mong hindi ko sinasadya. Ipapakilala kita sa mga kapatid, pinsan, magulang at angkan ko. Kapag tama na ang panahon para sa atin papakasalan kita."

"Pangako iyan, hon ko. Kapag dumating ang panahon na maghiwalay man tayo isipin na lang natin na hindi pa tama ang panahon para sa ating dalawa. Simula nung mahalin kita tinanggap ko na lahat ng pagkakamali, flaws at imperfections mo kaya kahit masaktan mo man ako magpapakatatag na lang ako." sabi ko habang nakayakap pabalik sa kanya.

"Sige, hon ko umuwi ka na sa villagio. Baka may kailangan ka pang tapusing homework sa school. Ingat ka pag-uwi mo ha, hon ko." sabi niya saka ako humalik sa pisngi niya at umalis.

Kinabukasan naghanda na ako sa pagpasok sa eskwelahan. Maaga akong nagpunta sa bakery para kumuha ng baong pera sa Mame. Nakita ko si Rance na nagbabalot ng tinapay. Habang naghihintay ay tinulungan ko siya. Pagkarating ng Mame ay humalik na ako at humingi ng baon.

"Ma, aalis na ako baka ma-late pa ako sa unang klase ko. First day of class ko bilang isang regular fourth year student kaya dapat good impression pa rin ako. Role model student ako kaya dapat hanggang grumaduate ako ay dapat role model pa rin. Next June naman ay gagraduate na ako so makakalaya na ako."

"Sige, Bunso bye na. Malapit ka na talagang grumaduate proud ako sa mga naging achievements mo. Tumawag ka na lang kapag labasan na ha, mag-iingat ka may nangunguha ng bata at dalaga. Susunduin kita para kung wala kang masakyan hindi ka na mahihirapan."

"Sige, Ma. Bye na tatawag na lang ako kapag labasan na. Magpapaalam pa ako kay hon ko. Hanggang alas singko lang ang klase ko, Ma." sabi ko saka pumunta sa likod at nilapitan si Rance.

"Bye, hon ko aalis na ako. Baka ma-late pa ako sa first class ko eh strikto ang propesor namin sa livelihood and economics."

"Bye, hon ko mag-iingat ka. Kumain ka ng tama sa oras, kapag pinawisan ka maglagay ka ng tuwalya sa likod ha."ani Rance saka ako hinalikan sa noo. At umalis na rin ako. Wala pang isang oras ay nakarating ako sa room namin.

Makalipas ang pitong oras ay natapos ang klase at tinawagan ko na ang mommy na uuwi na ako. Sabi niya susunduin niya ako kaya naghintay ako sa may gate ng university namin. Wala pang isang oras ay dumating ang mommy sa gate ng school namin. Agad na pumasok ako sa kotse at humalik sa pisngi niya.

"Good afternoon, Nini. Mukha kang pagod na pagod at stressed na stressed. Kamusta ang maghapon mo?"

"Stressed na stressed at pagod na pagod talaga ako maghapon, Ma. Ang sakit pa ng ulo ko sa lahat ng lessons na pinakinggan ko. May migraine ako sa sobrang daming homeworks na pinapagawa sa amin. Tara na lang umuwi gutom na ako gagawin ko pa ang mga homeworks ko."

"Kawawa ka naman, Bunso. Huwag kang mag-alala malapit ka ng grumaduate matatapos na rin ang paghihirap mo. Sa bakery ka na kumain ng hapunan sabay na tayong umuwi."ani Mommy saka umalis na kami. Wala pang isang oras ay nakarating kami sa bakery. Nadatnan ako ni Rance na mukhang pagod na pagod at stressed na stressed.

"Hon ko, mukha kang pagod na pagod at stressed na stressed. Kamusta ang araw mo? Anong nangyari?"

"Pagod na pagod at stressed na stressed ako, hon ko. Nakakapagod ang maghapong klase namin. Ang sakit ng ulo ko sa lessons at may migraine pa ako ang dami naming homeworks."

Chapter 10

Makalipas ang isang buwan at nag celebrate kami ng monthsary ni Rance. Madaming nangyari sa nakalipas na apat na linggo nag-prelims examination kami, nag-evaluation for graduating students, kinuha ko ang form 137 ko sa Sta. Teresa College saka pinasa sa registrar, naging busy ako sa mga requirements namin at may dumating na bagong helper sa tindahan namin si Blake Elliot Mirandilla.

"Hon ko, tapos ka na ba sa mga homeworks at requirements mo?" tanong ni Rance ng makaupo ako sa likod.

"Oo tapos na ako sa mga homeworks at requirements namin, hon ko. Huwag kang mag-alala sa'kin. Kinakabahan lang ako ng mga sandaling ito."

"Bakit ka kinakabahan, hon ko? May nangyari ba sa school?"

"Kinakabahan ako dahil ngayon makikita ang resulta ng evaluation for graduating students, hon ko."

"Huwag kang kabahan, hon ko think positive huwag negative. Worth it lahat ng dinanas mo nung mga nakaraang taon. Nararamdaman ko na makakapasa ka sa evaluation for graduating students. Huwag kang panghinaan ng loob, hon ko kaya mo yan. Ngayon ka pa ba susuko kung kailan malapit ka ng makatapos?"

"Okay tama ka, hon ko hindi ako basta basta susuko. Malapit na akong makatapos kaunting tiis na lang at makakagraduate na ako. Salamat sa pagpapalakas ng loob ko, hon ko. Kilala mo talaga ang ugali ko at kung paano ako pakakalmahin."

"Walang anuman, hon ko. Sige na baka mahuli ka pa sa klase nandyan na si Ate kunin mo na ang baon mo. Huwag kang masyadong mag pagod ha, kumain ka sa tamang oras huwag kang papalipas ng gutom. Tumawag ka na lang sa akin kapag may free time kayo sa school. Mag-ingat ka sa biyahe ha, hon ko." bilin ni Rance saka ako hinalikan sa noo at niyakap.

"Siya sige, hon ko aalis na ako. Baka nga ma-late pa ako sa klase namin eh strikto pa naman ang propesor namin. Tatawag na lang ako sayo kapag vacant namin opo masusunod, hon ko." sabi ko saka humalik sa mommy at kay Rance pagkatapos ay kinuha ko ang aking baon at umalis na.

Wala pang isang oras ay nakarating ako sa school at nadatnan kong wala pa ang propesor namin. Bandang lunch time ay kumain ako sa cafeteria at pagkatapos ay dumiretso sa registrar. Nakita ko ang resulta ng evaluation at hinanap ko ang pangngalan ko. Nakapasa ako sa evaluation sa tuwa ko agad na tinawagan ko ang Mame sinagot niya ako sa pangalawang ring.

"Hello, Nini. Napatawag ka. Bakit?" tanong ng Mommy sa kabilang linya.

"Hello, Ma. Nakapasa ako sa evaluation! Sinend ko sa inyo ang picture sa messenger tingnan niyo." sabi ko habang napapaiyak.

"Nakita ko na, Nini congratulations! Sa wakas malapit ka ng grumaduate. Proud na proud ako sayo." sabi ng Mame habang nakangiti. Saka namin binaba ang tawag agad ko namang tinawagan si Rance. Agad na sinagot niya sa unang ring ang tawag ko.

"Hon ko, hello napatawag ka. Bakit?" tanong ni Rance sa kabilang linya.

"Hello, hon ko tama ang nararamdaman mo nakapasa nga ako sa evaluation for graduating students. Sinabi ko na rin to sa Mommy at tuwang tuwa siya." sabi ko habang umiiyak na.

"Sabi na sayo, hon ko tama ang nararamdaman ko makakapasa ka nga sa evaluation. Nag paid off lahat ng sakripisyo at hirap mo. Proud ako sayo sa wakas makakagraduate ka na rin. Teka, kumain ka na ba ha, hon ko?" tanong niya sa'kin sa kabilang linya.

"Oo kakatapos ko nga lang kumain ng lunch, hon ko. Huwag ka ng mag-alala sa'kin kumakain ako sa oras. Hindi ako makakagawa ng maayos kapag walang laman ang tiyan ko. Busog na busog nga ako eh, ang sarap kasi ng

kinain ko. Underweight ako ayon sa bmi measurement ko sa infirmary."

"Anong sabi mo underweight ka, hon ko? Bakit underweight ka?! Ikaw talaga pinababayaan mo ang sarili mo! Palagi kitang tatawagan para ipaalala na kumain ka na patatabain kita para hindi ka na underweight. Aish, ano bang pinaggagagawa mo at naging underweight ka?!"

"Geez, kumalma ka naman hon ko! Natatakot ako sayo. Stressed at pagod kasi ako kaya naapektuhan pati timbang ko. Kaya medyo maputla ako nung makita mo kasi kulang ako sa tulog dahil sa mga requirements namin. Huwag ka ng magalit, hon ko. Ang dami kasing pinagagawa sa amin kaya stressed ako."

"Huwag mo namang pabayaan ang sarili mo, hon ko. Baka magkasakit ka sa pagpapabaya mo sa sarili mo. Pamula ngayon imomonitor ko lagi ang mga ginagawa mo para hindi ka masyadong mastress. Anong oras ng labas mo mamaya, hon ko?"

"Mamaya pang alas singko ang labas ko, hon ko. Bakit?"

"Wala naman, hon ko. Mag-iingat ka ha tumawag ka kapag nakalabas ka na."

"Opo, hon ko masusunod. Sige na, babalik na ako sa room namin baka ma-late ako sa sunod kong klase."

"Sige, hon ko ingat ka pag-uwi ha. Congrats sayo malapit ka ng grumaduate."

About the Author

Athena Hestia

Athena Hestia has been a published author and writer since 2021 with eleven books. With a strong, fierce, confident and courageous personality she will conquer the world and own her dreams.

www.ingramcontent.com/pod-product-compliance
Lightning Source LLC
LaVergne TN
LVHW041643070526
838199LV00053B/3538